AF669043

## शिक्षाप्रद

# जातक कथा

निर्मला सारडा

हे पुस्तक **माझं** आहे.

---------------------------------

---------------------------------

मेहता पब्लिशिंग हाऊस

**SHIKSHAPRAD JATAK KATHA** by Nirmala Sarda

**शिक्षाप्रद जातक कथा** / बालसाहित्य
निर्मला सारडा, ई-१० पाटील रिजन्सी, एरंडवणा, पुणे ४११ ००४.

© मेहता पब्लिशिंग हाऊस

प्रकाशक : सुनील अनिल मेहता
मेहता पब्लिशिंग हाऊस, १९४१, सदाशिव पेठ, माडीवाले कॉलनी, पुणे ३०.
✆ ०२०-२४४७६९२४
E-mail : info@mehtapublishinghouse.com
Website : www.mehtapublishinghouse.com

मुद्रक : स्पेक्ट्रम ऑफसेट, एरंडवणा, पुणे ०४.

प्रथम आवृत्ती : ऑक्टोबर, २००० / सप्टेंबर, २००७

पुनर्मुद्रण : जुलै, २०१६

मुखपृष्ठ व आतील चित्रे
चंद्रशेखर जोशी

संचाची किंमत : ₹ २४०/- (४ पुस्तकांचा संच)

ISBN 9788177667905

## अनुक्रम

# चतुर सरपंच

त्या वर्षी एका गावात भयंकर दुष्काळ पडला. पावसाळ्यात अजिबात पाऊस झाला नाही. सगळ्या विहिरी व तलाव कोरडे पडले. पिके वाळून गेली. लोक इतके हताश झाले की त्यांना काय करावे कळेनाच. वैरणीअभावी गाईगुरांचे हाल होऊ लागले.

सर्व गावकरी सरपंचांकडे गेले.

"सरपंच साहेब, आमची गाईगुरे मरायला टेकलीत. मुलं भुकेनं व्याकुळ झालीत. आता या गावात राहायचं तरी कसं? आपण काही केलं नाहीत तर एके दिवशी या गावात चिटपाखरूही दिसणार नाही."

सरपंच म्हणाले, "एवढं मोठं संकट आलंय. नीट विचार करून काय ते करू या."

काही गावकऱ्यांना सरपंचांचं हे बोलणं योग्य वाटलं. काही भडक डोक्याच्या लोकांना ते बोलणं वेळकाढूपणाचं आणि उडवाउडवीचं वाटलं.

त्यातला एक तरूण रागात येऊन म्हणाला, ‘‘कमाल करताय आपण! इतकी वाईट परिस्थिती आली तरीही तुम्ही धीर धरायला सांगता! हे असलं बोलणं काय कामाचं? काहीतरी तोडगा काढा तोडगा.’’

‘‘असा त्रागा करून काहीही होणार नाही. दुष्काळाच्या या दिवसांत इथंच राहायला हवं असं नाही. पण आपण जाणार कुठं? करणार काय? या बाबतीत थोडा विचार करायला नको का?’’ सरपंच म्हणाले.

‘‘साहेब, आपल्याला तुमचं म्हणणं पटलं नाही. असं वाटतं तुमची ‘साठी बुद्धी

नाठी' अशी अवस्था झाली आहे. मी आणि माझे साथीदार आता वाट बघत बसणार नाही. आम्ही आजच्या आज हे गाव सोडून चाललो.''

''हे बघा मुलांनो, माझे केस उगीचच पिकलेले नाहीत. तुमच्यापेक्षा मी चार पावसाळे जास्त पाहिलेत. माझ्याकडे पुरेसा अनुभव आहे म्हणूनच सांगतोय की रागात येऊन आपला विवेक सोडू नका.'' सरपंचांनी समजुतीच्या स्वरात सांगितले.

पण त्या युवकाचा राग अद्यापही कमी झालेला नव्हता. तो सरपंचांशी वाद घालत राहिला. त्याने गावकऱ्यांना विचारले,

''तुम्ही लोक काय करणार आहात? ज्यांना आमच्याबरोबर यायचे असेल त्यांनी तयारीला लागावं. या म्हाताऱ्या सरपंचांच्या नादी लागून आपला निभाव लागणार नाही. आपल्या जिवाचं रक्षण करणं हेच महत्वाचं.''

त्या युवकाचे बोलणे अनेक गावकऱ्यांना पटले. ते त्याच्याबरोबर जायला तयार झाले.

उरलेल्या गावकऱ्यांना सरपंचानी आपल्या घरी बोलावून सांगितले, ''आपल्यालाही गाव सोडावं लागेल. दुसरा मार्गच उरलेला नाही. नवीन ठिकाण

निश्चित होईपर्यंत काही दिवस जातील. लांबच लांब वाळवंट ओलांडून आपल्याला जावं लागेल म्हणून प्रत्येकानं बैलगाड्यांमध्ये जितकं अन्नपाणी सोबत घेता येईल तेवढं घेऊन प्रवासाची तयारी करा.''

लोक तयारीला लागले. बैलगाड्यांवर सामान भरून सरपंचांबरोबर गावकरीदेखील निघाले. वाळवंटातून जात असता ठिकठिकाणी आधी गेलेल्या लोकांच्या मुक्कामाच्या खाणाखुणा दिसत होत्या. बऱ्याच ठिकाणी नव्या विहिरी खोदलेल्या दिसल्या. पण त्यांच्यात पाणी नव्हते.

हे नागरिक पुढे पुढे चालले होते.

एके ठिकाणी थोडे विचित्र दिसणारे लोक समोर आले.

त्या रानटी माणसांचे चेहरे झाकलेले होते. हातात भाले होते. कपडे विचित्र होते.

बहुतेक ते नरभक्षक रानटी टोळीतील लोक होते. सरपंचांनी सर्वांना सावध राहण्यास सांगितले.

“तुम्ही लोक कोठून आलात? कुणीकडे निघालात?” रानटी टोळीच्या नायकाने विचारले.

सरपंच म्हणाले, “आमच्या गावात दुष्काळ पडला आहे. आम्ही आमचं गाव सोडून नव्या ठिकाणी जात आहोत.”

“पण तुमच्या बैलगाड्यांमध्ये हे बुधले कसले आहेत?”

“या वाळवंटात पाणी मिळणार नाही म्हणून आम्ही गावातून निघतानाच पाण्यानं भरलेले हे बुधले सोबत घेतले आहेत.”

“मूर्खच आहात तुम्ही. अहो, बैलगाड्यांमधून पाण्याचं इतकं ओझं घेऊन चाललात. अशानं वाळवंट पार करायला अनेक दिवस लागतील. हे पाण्याचे बुधले फेकून द्या. ओझं कमी झालं की बैल वेगानं पळायला लागतील आणि वाळवंट लवकर पार करता येईल.”

सरपंचांनी शांतपणानं सांगितलं,

"हे बघा दादा, आम्ही आमच्या बुद्धीला पटेल तेच करतो. कुणाच्या सांगण्यावर जात नाही. पाणी बरोबर नेणं आम्हाला योग्य वाटतं."

सरपंच आणि गावकरी पुढे निघाले. आपापसात विचार करू लागले. काही गावकऱ्यांना त्या रानटी लोकांचे म्हणणे बरोबर वाटत होते. 'एवढे पाणी घेऊन प्रवास करणं हा मूर्खपणाच आहे. बैलांना किती त्रास होतोय या ओझ्याचा! खरंच बोलले ते रानटी लोक... वाळवंट पार करायला खूप दिवस लागतील.'

गावकऱ्यांची अशी चर्चा ऐकून सरपंचांना फार वाईट वाटले. ते म्हणाले, "मित्रांनो, तुम्ही या रानटी टोळीच्या लोकांना ओळखण्यात चूक करताय. ही माणसं आपली दिशाभूल करू पाहात होती."

"त्यांनी आपली दिशाभूल का बरं करावी?"

"ही माणसं वाळवंटात भटकत असतात. एकटा दुकटा माणूस भेटला की त्याला ठार मारून त्याचं मांस खातात. आपण एवढ्या मोठ्या संख्येत असल्यानं आपल्याला मारण्याचं धाडस त्यांना झालं नसतं. पाणी फेकून दिलं तर आपण तहानेने व्याकुळ होऊ. आपल्यापैकी काही लोक त्यामुळे मृत्युमुखी पडतील. त्यांना मात्र आयतंच खाद्य मिळेल. वाळवंटात पाणी ही सर्वात मौल्यवान व दुर्मीळ गोष्ट आहे. त्यांनी

दिशाभूल करायचा प्रयत्न केला तरी आपण मात्र योग्य त्या मार्गाने गेलो तरच जगू.''

सरपंचांचे बोलणे लोकांना पटले. आम्हाला ठार मारण्यासाठीच त्या रानटी लोकांनी तसं सुचवलं असावं.

आपले सरपंच हुशार आहेत. आपण त्यांचं म्हणणं ऐकायला हवं ही गोष्ट त्यांना मनोमन पटली.

सरपंच म्हणाले, 'मित्रांनो, असं कुण्या तिऱ्हाईत माणसाच्या नादी कशाला लागताय? गावकऱ्यांत फूट पाडून त्याचा फायदा घेण्याचा त्यांचा डाव आहे. या

संकटकाळात आपण धैर्यानं वागायला हवं.''

बऱ्याच गावकऱ्यांना सरपंचांचं हे म्हणणं पटलं. आपण त्यांच्याविषयी अविश्वास दाखवला याची त्यांना लाज वाटली.

परंतु काही गावकऱ्यांना सरपंचांचे वागणे चुकीचेच वाटत होते.

पाण्याच्या ओझ्याने वाळवंट पार करायला बरेच दिवस लागतील हाच विचार त्यांच्या मनात वरचेवर उसळत होता.

थोडे अंतर चालून गेल्यावर त्या गावकऱ्यांना भयानक दृश्य बघायला मिळालं. सगळीकडे हाडेच हाडे. माणसांच्या कवट्या, सांगाडे.

''हे काय? इतकी हाडं? किती माणसं मेली असतील कोण जाणे?''

जवळ गेल्यावर तेथे काही कपडे दिसले. ते ओळखीचे वाटले. 'हे कपडे तर आपल्याच लोकांचे आहेत.'

सरपंचांचं म्हणणं न ऐकताच जी माणसं त्या तरुणाबरोबर गाव सोडून गेली, ती सारीच माणसं मृत्यूमुखी पडली असावीत.

गावकऱ्यांचे डोळे भरून आले. काही जणांचे नातलगही त्यात होते. सरपंचांनी सर्वांची समजूत घातली.

सरपंच म्हणाले, ''बघा, त्यांनी माझ्या म्हणण्याकडे लक्ष दिले नाही. पुरेसे पाणी सोबत न घेताच हे गावकरी गाव सोडून निघाले. या वाळवंटात त्यांचा पाण्याशिवाय कसा निभाव लागणार? पाण्याअभावी व्याकूळ होऊन त्यांना जीव गमावावे लागले असावेत. यासाठीच मी सांगत असतो की कोणतंही काम विचारानं करा.''

त्या गावकऱ्यांना आपण अजून जिवंत आहोत याचेच समाधान वाटत होते.

''सरपंच, आम्हाला आमची चूक पटली. आम्ही तुमचं म्हणणं ऐकलं नसतं तर आमचीदेखील अशीच अवस्था झाली असती. अनुभवी वृद्ध लोकांचा सल्ला हिताचा असतो. तो ऐकून विचार करणंच योग्य. आम्हाला पटलंय ते.''

# अति लोभाचे फळ

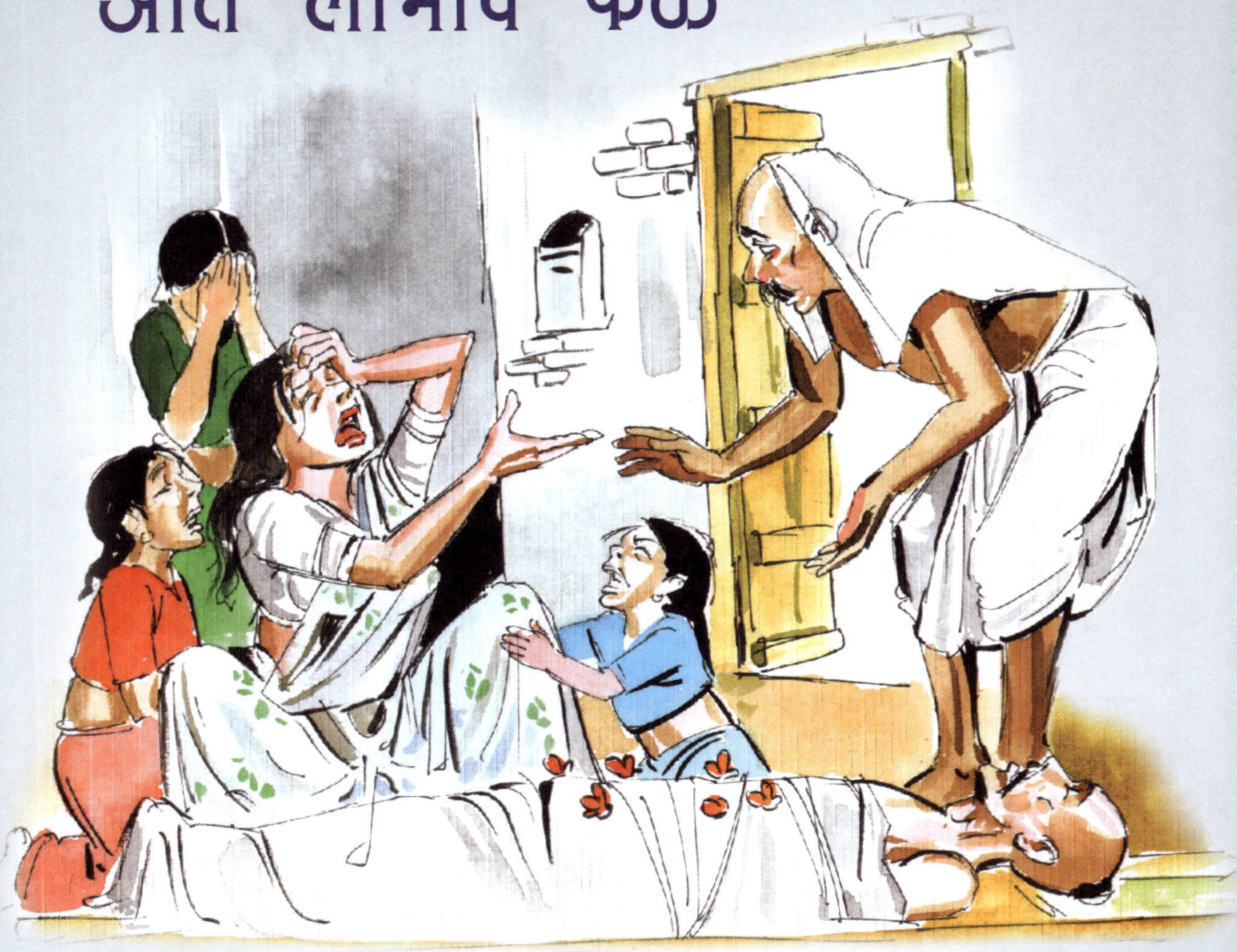

एका गावात एक ब्राह्मण आपली पत्नी व तीन मुलींसह कुटुंबाचे पालनपोषण करीत सुखासमाधानाने राहात होता. एके दिवशी तो अचानक आजारी पडला व त्याचा मृत्यू झाला.

त्याची पत्नी जोरजोरात रडू लागली. तिचा आवाज ऐकून शेजारीपाजारी जमले. तिचे सांत्वन करू लागले. ''तू काळजी करू नको. आम्ही तुम्हाला उपाशी राहू देणार नाही. मदत करू. धीर धर.''

इकडे त्या ब्राह्मणाने एका सोनेरी हंसाच्या रूपाने पुनर्जन्म घेतला. एकदा त्याला

वाटले,'माझी पत्नी व मुली माझ्या पाठीमागे कसे दिवस घालवत असतील ते मला पाहिले पाहिजे.' तो उडत उडत आपल्या गावी पोहोचला. त्याला आढळले की त्याचे कुटुंब शेजाऱ्यांनी केलेल्या मदतीवर गुजराण करीत आहे. यांच्यासाठी आपण काही तरी केले पाहिजे असे त्याला वाटले. तो आपल्या घराच्या छपरावर जाऊन बसला.

त्याच्या मुलीने त्याला पाहिले व ती आईला म्हणाली, "आई, आपल्या घराच्या छपरावर एक सोनेरी पक्षी बसलाय बघ. चल, आपण त्याला पकडू या."

तेवढ्यात तो हंस बोलू लागला व आपल्या पत्नीला म्हणाला, "थांब, पक्ष्याच्या रूपात जन्म घेतलेला मी तुझा पतीच आहे. मला तुमचं दुःख पाहवत नाही. मी तुम्हाला माझा एक पंख देतो. तो विकून तुम्ही अन्न, कपडे खरेदी करा."

हंसाने आपला एक सोनेरी पंख तिला दिला. तो उडून गेला. ते सोनेरी पीस विकून तिला भरपूर पैसे मिळाले. त्यानंतर तो सोनेरी हंस तिथे येई, एक सोनेरी पंख देऊन

जाई. ती स्त्री ते सोनेरी पीस विकून पैसे मिळवीत असे. असे करता करता ती स्त्री श्रीमंत झाली.

बहुतेक धनिक लोकांप्रमाणे तिलाही पैशांचा लोभ सुटला. ती आपल्या मुलींना म्हणाली, ''अगं, पक्ष्याचं आयुष्य ते किती! एखाद वेळेस तो पक्षी इथं येणंच सोडून देईल. आता पुढच्या वेळी तो इथे येईल तेव्हा मी त्याचे सगळे पंख उपटून घेईन.''

मुलींनी आपल्या आईला सांगितले, ''आई, तू असं करू नकोस.'' पण तिने मनाशी निश्चयच केला होता.

ह्या वेळी तो पक्षी आल्यावर तिने चटकन त्याला पकडले आणि त्याने विनवण्या करूनसुद्धा त्याचे सर्व पंख उपटले.

हंस म्हणाला, ‘‘हे तू काय केलंस. तू जरा ते उपटलेले पंख पहा. हे अगदी साधे आहेत. तुझ्या अति लोभामुळे माझे सोनेरी पंख पांढरे शुभ्र झाले, कारण माझ्या इच्छेविरुद्ध तू ते उपटलेस. पीस आपोआप गळून पडलं तरच सोनेरी राहातं. मी तुला हे सांगायचं विसरलोच होतो. आपल्या हावरेपणामुळे तू नुकसान करून घेतलंस.’’

‘‘मूर्खा, तुझ्यामुळे हे झालं. आता काय तुझा उपयोग? तुझी जागा आता त्या कचराकुंडीतच.’’ असं म्हणून तिने त्या पक्ष्याला कचराकुंडीत टाकलं. काही दिवसांनी

त्याला परत पंख फुटले पण ते पांढरेशुभ्र होते.

त्या लोभी स्त्रीची सारी संपत्ती हळूहळू संपली. पुन्हा तिला गरिबीचे दिवस आले.

# अद्‌भुत मंत्र

एकदा एक पंडितजी आपल्या एका शिष्यासह जंगलातल्या रस्त्याने जात होते. अचानक कोणीतरी ओरडले, ''खबरदार, पुढे येऊ नका.''

पंडितजींनी पाहिले की त्यांच्यासमोर दरोडेखोरांची एक टोळी उभी होती. ते भीतीने थरथर कापू लागले. भीतभीतच त्यांनी त्या दरोडेखोरांना सांगितले, ''आमच्याजवळ पैसे, धन काहीच नाही. आम्हाला जाऊ द्या.''

दरोडेखोरांच्या नायकाने म्हटले, ''तुमच्या या भोळ्याभाबड्या बोलण्यानं आम्ही फसणार नाही. तुमच्या जवळ धनदौलत नाही म्हणता तर ठीक आहे. पण तुमचा हा शिष्य तुमच्या घरी जाऊन धन घेऊन येईल.''

असं म्हणून त्यांनी पंडितजींना एका झाडाला बांधून ठेवले व त्यांच्या शिष्याला सांगितले, ''यांच्या घरी झटपट जाऊन एक हजार सुवर्ण मोहोरा घेऊन ये. मगच तुझ्या गुरुजींना आम्ही सोडू.''

पंडितजींना एक विशेष 'वैदर्भ मंत्र' येत होता. या मंत्राचे ज्ञान अगदी थोड्याच जणांना असते. विशिष्ट मुहूर्तावर या मंत्राचा जप केल्याने रत्नांचा वर्षाव होतो. पंडितजींच्या शिष्याला ही गोष्ट माहिती होती. तो पडितजींजवळ जाऊन त्यांना म्हणाला, ''गुरुजी, मी लौकरात लौकर जाऊन परत येतो. कृपया या दरोडेखोरांना आपण 'वैदर्भ मंत्र' जाणता हे कळू देऊ नका.''

हळू हळू रात्र झाली. हवेत गारठा वाढला. शेकोटी पेटवून दरोडेखोर भोवती बसले.

पंडितजींना वाटले, 'माझा शिष्य परत येईपर्यंत हे निर्दयी मला असंच झाडाला बांधून ठेवतील. मला पण शेकोटीजवळ बसता आलं असतं, तर किती बरं झालं असतं.'

त्यांचे लक्ष आकाशाकडे गेले आणि त्यांच्या लक्षात आले की 'वैदर्भ मंत्रा'चा जप करण्यायोग्य शुभकाळ आता आला आहे. त्यांना वाटले की 'या दरोडेखोरांना मंत्राबाबत सांगून मला येथून मुक्तता करून घेता येईल.

आपल्या शिष्याने दिलेल्या इशाऱ्याची आठवण येऊन ते थोडेसे गोंधळले, पण मग त्यांनी असा विचार केला की वेळप्रसंगी वापरले नाही तर त्या ज्ञानाचा काय उपयोग?

मग त्यांनी त्या दरोडेखोरांच्या नायकाला बोलावून म्हटले, ''सरदार, मला तुम्हाला काही महत्त्वाचं सांगायचं आहे. जर मी तुमच्यासमोर रत्नांचा वर्षाव केला तर तुम्ही मला सोडून द्याल का?''

सरदार आश्चर्यचकित झाला व म्हणाला, ''तुम्ही माझी चेष्टा करता का? तुम्ही रत्नांचा वर्षाव कसा करणार?''

त्यावर पंडितजी म्हणाले, ''मी खरं तेच सांगतोय. मला एक अद्‌भुत मंत्र येतो ज्यायोगे मी रत्नांचा वर्षाव करू शकतो. काही वेळाने आकाशात ग्रहांची स्थिती अशी होणार आहे की मी त्या वेळी रत्नांचा वर्षाव करू शकेन.''

सरदार म्हणाला, ''ठीक आहे. रत्नांचा वर्षाव करून दाखवा. आम्ही रत्ने घेऊन निघून जाऊ.''

पंडितजी म्हणाले, ''असं नाही. त्यासाठी मला स्नान करून रेशमी वस्त्रं परिधान केली पाहिजेत. आधी तुम्ही मला या बंधनांतून मुक्त करा.''

दरोडेखोरांनी त्यांना मोकळे केले.

पंडितजींनी स्नान केले, रेशमी वस्त्रे परिधान केली आणि त्यांनी वैदर्भ मंत्राचा जप सुरू केला.

काही वेळानंतर दरोडेखोरांना आकाशातून रत्नांचा वर्षाव होताना दिसला. त्यांनी

ती रत्ने गोळा केली व पंडितजींना मुक्त केले.

दरोडेखोर रत्ने घेऊन जाणार तोच पाठीमागून आवाज आला, ''खबरदार, कोणीही जागेवरून हलू नका. आम्ही तुम्हा सगळ्यांना घेरलं आहे.''

दरोडेखोरांच्या सरदाराने मागे वळून पाहिले की दरोडेखोरांच्या दुसऱ्या एका टोळीने त्यांना घेरलं होतं.

त्याने त्यांना विचारले, ''तुम्हाला काय हवं आहे?''

''तुमच्याजवळ असलेली रत्नं! दुसरं काय?''

सरदार म्हणाला, ''बास, एवढीशी गोष्ट! मग तुम्ही या पंडिताला पकडा. यांनीच

रत्नांचा वर्षाव केला आहे.''

दुसऱ्या टोळीतल्या एकाने पंडितजींना पकडले व म्हणाला, ''पंडितजी, चला लवकर. आम्हालाही रत्नांचा वर्षाव करून द्या.''

पंडितजी म्हणाले, ''रत्नं तुम्हाला अवश्यं मिळतील, पण एक वर्षानंतर.''

पंडितजींचं बोलणं ऐकून दरोडेखोर चिडला आणि ओरडला,

''मला धोका देऊ नका. मला आत्ताच्या आत्ता रत्नं हवीत. मला धोका देऊन स्वत:चा बचाव करून घेऊ नका.''

पंडितजींना आता आपल्या शिष्याने दिलेला इशारा आठवला. त्याचे ऐकायला पाहिजे होते असे वाटले. ते गयावया करीत दरोडेखोरांना म्हणाले, ''माझ्यावर

विश्वास ठेवा. मी आता काही करू शकत नाही.''

त्यांनी पंडितजींना मारून टाकले व ते दरोडेखोरांच्या त्या टोळीचा पाठलाग करू लागले.

दोन्ही टोळ्यांमध्ये भयंकर युद्ध झाले. अखेर दोन्ही टोळ्यांतील एक एक डाकू जिवंत राहिला होता. युद्ध करून फायदा नाही असा विचार करून दोघांनी मैत्रीचे सोंग आणले व म्हटले, ''आपण आता लढणे बंद करून लुटीचा ऐवज समसमान वाटून घेऊ'' त्याप्रमाणे लुटलेला ऐवज वाटून घेऊन तो एका झाडाच्या ढोलीत लपवून ठेवला.

त्यांच्यातील एकाने दुसऱ्याला म्हटले, ''मित्रा, खूप भूक लागली आहे. चल, काहीतरी खाऊन-पिऊन घेऊ या.''

त्यावर दुसरा म्हणाला, ''अरे पण आपल्यापैकी एकाला इथे या खजिन्याचं रक्षण करायला थांबलं पाहिजे.''

''ठीक आहे. मी जाऊन आपल्या दोघांसाठी खायला काहीतरी आणतो. तू इथे खजिन्याचं रक्षण कर.''

एक जण जेवण आणण्यासाठी गेला व दुसरा राखण करू लागला. तेव्हा त्याने विचार केला, 'मी या रत्नांमध्ये त्याला वाटा का द्यावा? या खडकामागे लपून बसावं आणि तो परत येईल तेव्हा त्याचा समाचार घ्यावा.'

इकडे दुसरा दरोडेखोर जेवण घेऊन आला. रस्त्यात थांबून त्याने पोटभर जेवून घेतले. नंतर त्याला असं वाटलं, 'मी का त्याला रत्नांमध्ये वाटा-हिस्सा द्यावा? मग ते अन्न असो किंवा खजिना. मी त्याला माझ्या मार्गातून दूर करीन.' असं म्हणून त्याने

शिल्लक अन्नात विष कालवलं आणि ते घेऊन तो त्या ठिकाणी परत आला.

तिथे त्याचा साथीदार त्याची वाट पाहात लपून बसलाच होता. खडकामागे लपलेल्याने त्याला येताना पाहिले आणि त्याच्यावर पाठीमागून हल्ला केला व त्याला मारून टाकले. नंतर त्याने जेवण करण्याचा विचार केला.

'आज कोणाही राजापेक्षा मी कमी धनवान नाही.' त्याने ते विष मिसळलेले अन्न खाल्ले आणि त्याचा तिथेच मृत्यू झाला.

दोन दिवसांनी पंडितजींचा शिष्य मोहोरा घेऊन परतला तेव्हा त्याला चहूकडे प्रेतेच प्रेते पडलेली दिसली. तो मनातल्या मनात म्हणाला, 'गुरुजींनी मी सांगितलेलं न ऐकता या अयोग्य व्यक्तींसाठी मंत्राचा प्रयोग केला. त्यांनी माझं म्हणणं ऐकलं असतं तर आज एवढी प्राणहानी झाली नसती.'

# अनमोल खजिना

वाराणसी नगरीत एक गवंडी राहात होता. दिवसभर कष्ट करून तो चार पैसे मिळवत असे. एक दिवस त्याने खूप कष्ट केले आणि एक सुवर्णमोहोर त्याला मिळाली. त्याला खूप आनंद झाला. ही मोहोर कुठे लपवावी असा प्रश्न त्याला पडला.

विचार करीत जात असता त्याला समोरच राजमहाल दिसला. त्याला वाटले या विटांमध्ये माझा खजिना सुरक्षित राहील. म्हणून तो विटा चाचपून पाहू लागला. त्याला तिथे एक वीट हलताना आढळली. त्याने ती वीट काढून तिथे आपली मोहोर

ठेवली आणि वीट पुन्हा जशीच्या तशी ठेवून दिली. ती राजमहालाच्या उत्तरेकडील दरवाजाच्या डाव्या बाजूची भिंत होती.

'येथे आपली सुवर्णमोहोर सुरक्षित राहील. आता आपण श्रीमंत आहोत.' असे त्याला वाटू लागले.

अनेक वर्षे गेली. त्या गवंड्याचा विवाह झाला आणि त्याने नगराच्या दक्षिण वेशीजवळ आपली झोपडी उभारली.

एके दिवशी गवंड्याची बायको त्याला म्हणाली, ''ऐकलं का, आपल्या गावात यात्रा आहे. आपणही आज यात्रा बघायला, मजा करायला गेलो असतो. पण पैशाचं काय करू या?''

त्यावर गवंडी म्हणाला, ''आहे, पैसा आहे. माझ्याजवळ आहे एक मोहोर. मी ती एका सुरक्षित ठिकाणी ठेवली आहे.''

त्याची पत्नी म्हणाली, ''एक मोहोर माझ्याजवळ पण आहे. तुम्ही तुमची मोहोर घेऊन या. म्हणजे आपल्याजवळ दोन मोहोरा होतील. मग आपण यात्रेत खूप मजा करू.''

गवंडी आपली मोहोर आणायला राजमहालाच्या दिशेने धावतच निघाला. उन्हाळ्याचे दिवस होते. सूर्य तळपत होता. रस्त्यावर सामसूम होती. फक्त तो गवंडी धावत जात होता.

त्या वेळी राजा आपल्या महालाच्या सज्जात सहज उभा होता. त्याने गवंड्याला गाणं म्हणत पळताना पाहिलं आणि आपल्या शिपायांना त्याला पकडून आणण्याचा हुकूम दिला. दोघे शिपाई पळतच गवंड्याजवळ पोचले व त्याला म्हणाले, ''राजेसाहेबांनी तुला बोलावलं आहे. ताबडतोब चल.''

गवंडी म्हणाला, ''मला अत्यंत महत्त्वाचं काम आहे. या वेळी राजेसाहेबांना भेटण्यासाठी माझ्याजवळ सवड नाही.''

शिपायांनी जबरदस्तीने गवंड्याला राजेसाहेबांकडे नेले. राजाने त्याला विचारले, ''जमीन भट्टीसारखी तापली आहे आणि तू तिकडे लक्ष न देता गाणं गुणगुणत धावतो आहेस. तुझे पाय भाजत नाहीत का?''

गवंडी म्हणाला, ‘‘महाराज, उन्हापेक्षा माझी इच्छा महत्वाची.’’

‘‘कोणती इच्छा?’’ राजाने त्याला उत्सुकतेने विचारले.

गवंडी म्हणाला, ‘‘महाराज, राजमहालाच्या उत्तरेकडील दरवाजाच्या डाव्या बाजूच्या भिंतीत मी माझा खजिना लपवून ठेवला आहे. तो काढून, माझ्या पत्नीला देऊन तिला खूश करायचंय.’’

‘‘एवढ्या रणरणत्या उन्हात? काय लाखभर सुवर्ण मोहोरा आहेत की काय तुझ्या खजिन्यात?’’

‘‘नाही महाराज, एवढ्या नाहीत.’’ गवंडी म्हणाला.

‘‘पन्नास हजार?’’

‘‘छे:, एवढ्या पण नाहीत.’’

‘‘दहा हजार?’’

‘‘नाही महाराज.’’

असं राजेसाहेब विचारत राहिले आणि गवंडी नकार देत राहिला. शेवटी राजेसाहेब म्हणाले, ''मग किती सुवर्ण मोहोरा तुझ्याजवळ आहेत. सांग बरं.''

गवंड्याने मान खाली घालून उत्तर दिले, ''एक मोहोर आहे, महाराज.''

''एकच मोहोर?'' महाराजांनी आश्चर्याने विचारले.

गवंडी म्हणाला, ''होय महाराज. ती मोहोर देऊन मी काही वस्तू खरेदी करून माझ्या पत्नीला खूश करणार आहे.''

''तुला त्या एका मोहोरेसाठी उत्तरेकडील दरवाजापर्यंत धावण्याची आवश्यकता नाही. मी तुला एक मोहोर देतो. ती घेऊन तू घरी जा.'' राजेसाहेब म्हणाले.

गवंडी म्हणाला, ''महाराज, तुम्ही देणार असलेल्या मोहोरेचा मी आनंदाने स्वीकार करीन. पण मी माझी ठेवलेली मोहोर अवश्य घेऊन येईन.''

''अरे बाबा, कशासाठी एवढे कष्ट घेतोस? मी तुला दोन मोहोरा देतो.'' राजेसाहेब म्हणाले.

''ते मी जरूर घेईन. पण माझे पैसे मी सोडणार नाही.'' गवंडी म्हणाला.

राजेसाहेबांना वाटलं याला स्वतःच्या एका मोहोरेचा अत्यंत लोभ आहे. त्याच्यासाठी तो उत्तरेकडील दरवाजापर्यंत उगीचच धावत जाईल. म्हणून ते प्रत्येक वेळी मोहोरा वाढवत गेले. परंतु गवंडी, 'मी माझी मोहोर आणण्यासाठी अवश्य जाईन,' असेच म्हणत राहिला.

शेवटी राजेसाहेब कंटाळून म्हणाले, ''मी तुला माझं अर्धं राज्य देतो. पण अट अशी आहे की तू तुझ्या एका मोहोरेसाठी धावण्याचा हट्ट सोडून दे.''

''मला मंजूर आहे.'' गवंडी म्हणाला.

''मलाही आनंद झाला की तू याला कबूल झालास.''

गवंड्याला आपले अर्धे राज्य देण्यासाठी राजेसाहेबांनी दरबार भरवला. गवंड्याला

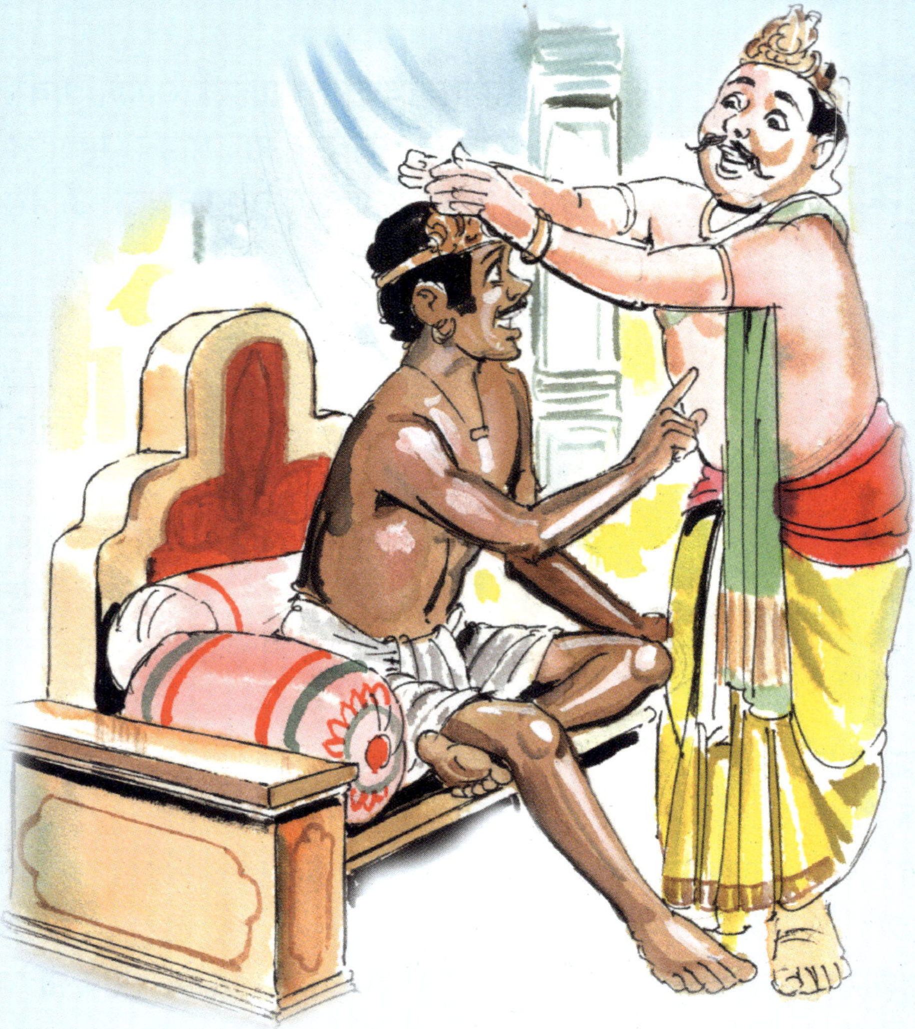

आपल्या बरोबर सिंहासनावर बसवले आणि म्हणाले, ''मित्रा, मला सांग की तुला राज्याचा कोणता भाग आवडेल?''

गवंड्याने क्षणभर विचार करून म्हटले, ''महाराज, मला राज्याच्या उत्तरेकडील भाग घ्यायला आवडेल.''

राजेसाहेबांनी आश्चर्याने गवंड्याकडे पाहिले आणि म्हणाले, ''तू पुन्हा जिंकलास मित्रा!''

अशा प्रकारे गवंड्याने राज्याचा अर्धा हिस्सा तर मिळवलाच, पण त्याचबरोबर उत्तरेकडील दरवाजाच्या डाव्या बाजूकडील भिंतीत लपवलेली मोहोर पण मिळवली.